AF189530

Impressum
Verlag: BABADADA GmbH, Nedderfeld 112 , 22529 Hamburg
Geschäftsführer / Verlagsleitung: Harald Hof
Druck: Books on Demand GmbH, In de Tarpen 42, 22848 Norderstedt

Imprint
Publisher: BABADADA GmbH, Nedderfeld 112 , 22529 Hamburg, Germany
Managing Director / Publishing direction: Harald Hof
Print: Books on Demand GmbH, In de Tarpen 42, 22848 Norderstedt, Germany

trường học
Šola

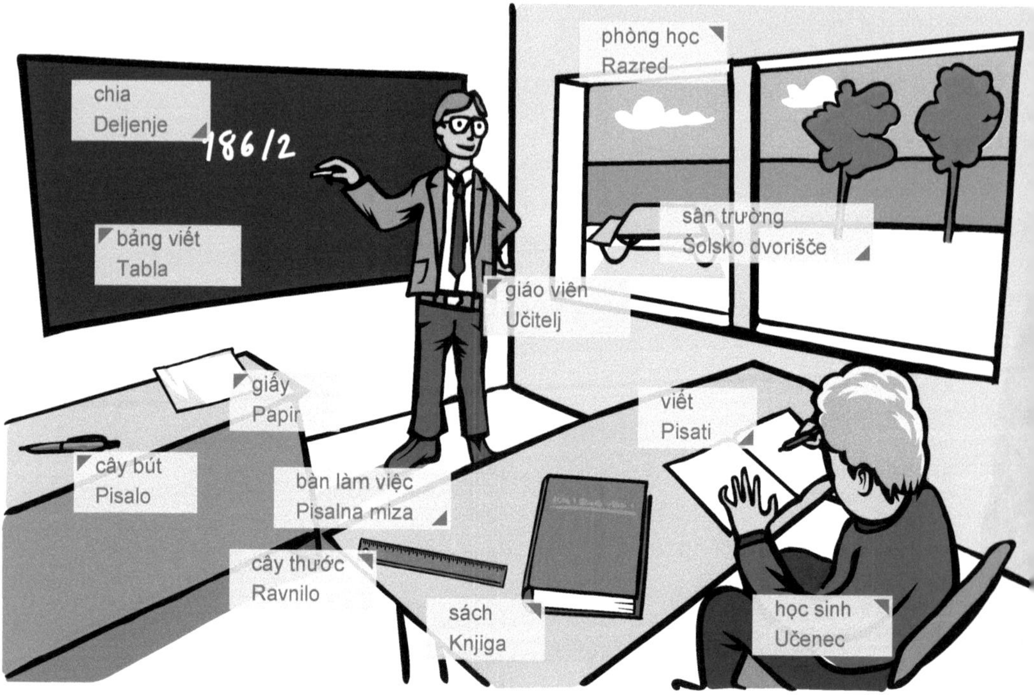

phòng học
Razred
chia
Deljenje
186/2
bảng viết
Tabla
sân trường
Šolsko dvorišče
giáo viên
Učitelj
giấy
Papir
viết
Pisati
cây bút
Pisalo
bàn làm việc
Pisalna miza
cây thước
Ravnilo
sách
Knjiga
học sinh
Učenec

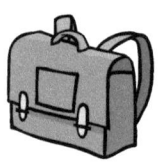

cặp đeo vai học sinh

Šolska torba

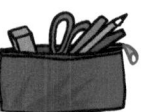

hộp đựng bút

Peresnica

bút chì

Svinčnik

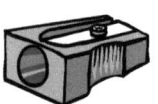

cái gọt bút chì

Šilček

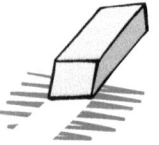

cục tẩy

Radirka

tập giấy vẽ

Risalni blok

bản vẽ
Risba

cọ vẽ
Čopič

hộp mực vẽ
Vodene barvice

cây kéo
Škarje

keo dán
Lepilo

sách bài tập
Zvezek

bài tập ở nhà
Domača naloga

số
Število

2+2

cộng
Seštevanje

trừ
Odštevanje

nhân
Množenje

tính toán
Računanje

chữ cái
Črka

bảng chữ cái
Abeceda

từ
Beseda

văn bản

Besedilo

đọc

Brati

phấn viết

Kreda

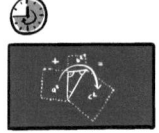

bài học

Učna ura

sổ lớp

Redovalnica

thi kiểm tra

Preizkus znanja

chứng chỉ

Spričevalo

đồng phục học sinh

Šolska uniforma

giáo dục

Izobrazba

từ điển bách khoa

Enciklopedija

đại học

Univerza

kính hiển vi

Mikroskop

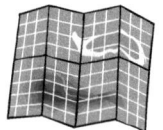

bản đồ

Zemljevid

thùng rác giấy

Koš za smeti

trường học - Šola

du lịch
Potovanje

khách sạn
Hotel
Grand
nhà trọ
Hostel
ROOMS
quầy đổi tiền
Menjalnica
va li
Kovček
xe ô tô
Avtomobil

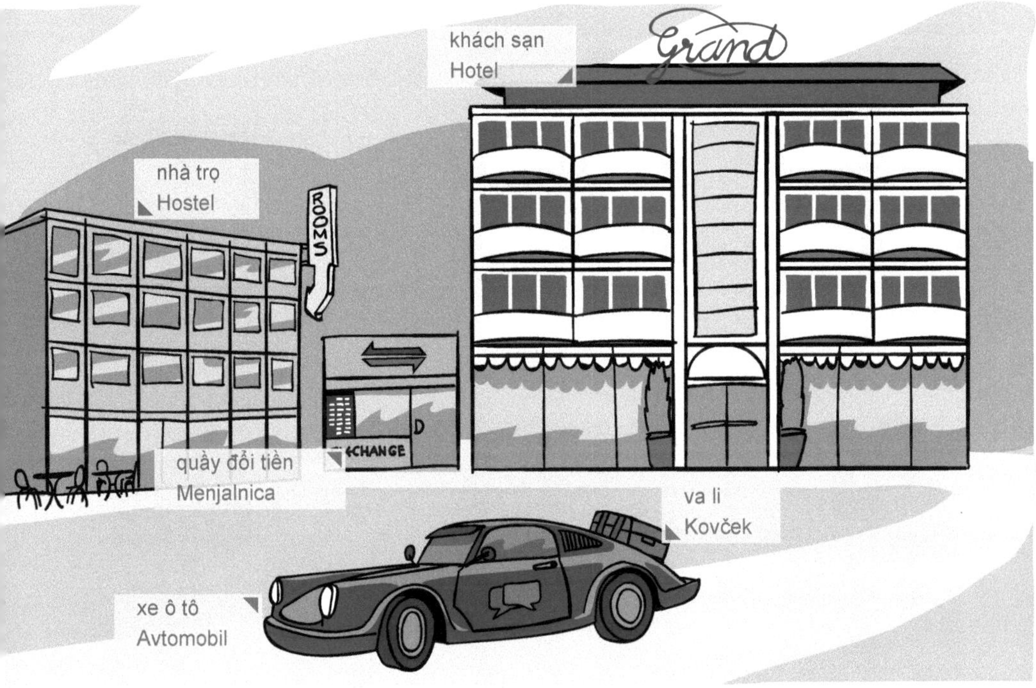

ngôn ngữ

Jezik

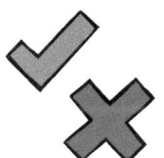

có / không

da / ne

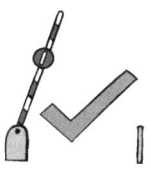

ô kê

Prav

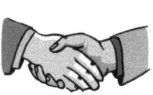

Xin chào

Pozdravljeni

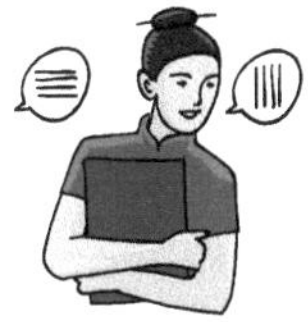

thông dịch viên

Prevajalec

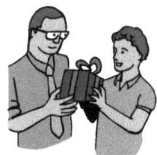

cám ơn

Hvala

... bao nhiêu tiều?

Koliko stane...?

tôi không hiểu

Ne razumem

vấn đề

Težava

Xin chào! (buổi tối)

Dober večer!

xin chào! (buổi sáng)

Dobro jutro!

chúc ngủ ngon!

Lahko noč!

tạm biệt

Nasvidenje

hướng đi

Smer

hành lý

Prtljaga

túi xách

Torba

túi ba lô

Nahrbtnik

khách

Gost

phòng

Soba

túi ngủ

Spalna vreča

lều

Šotor

thông tin du lịch

Turistične informacije

bãi biển

Plaža

thẻ tín dụng

Kreditna kartica

ăn sáng

Zajtrk

ăn trưa

Kosilo

ăn tối

Večerja

vé xe

Vozovnica

thang máy

Dvigalo

tem bưu điện

Znamka

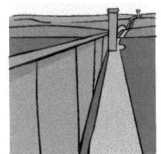

biên giới

Meja

hải quan

Carina

đại sứ quán

Veleposlaništvo

thị thực

Vizum

hộ chiếu

Potni list

vận chuyển
Prevoz

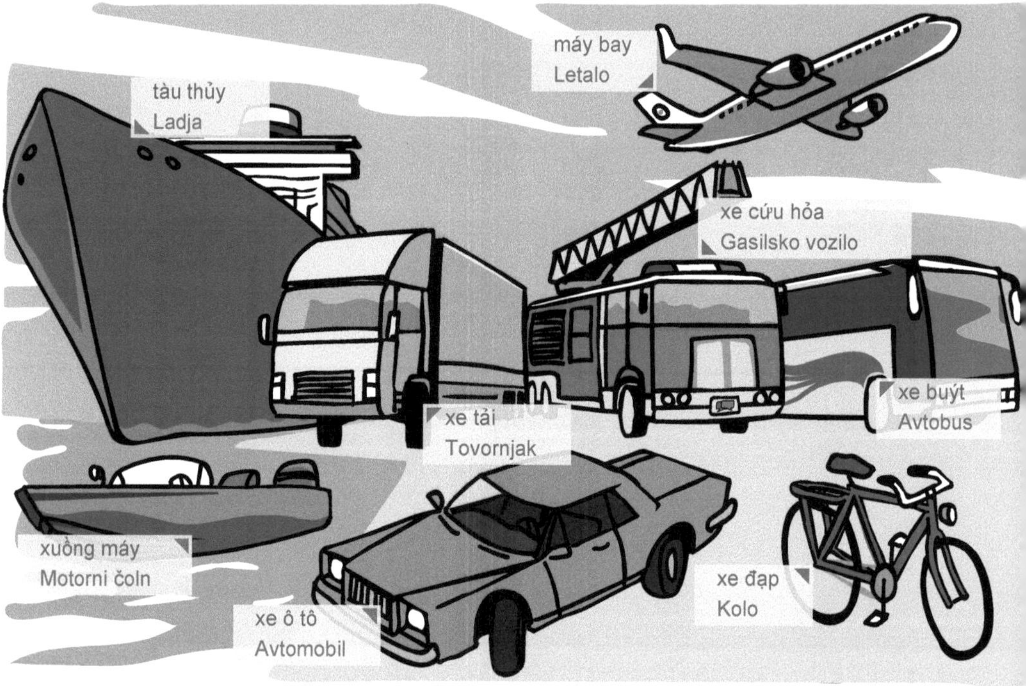
máy bay
Letalo
tàu thủy
Ladja
xe cứu hỏa
Gasilsko vozilo
xe tải
Tovornjak
xe buýt
Avtobus
xuồng máy
Motorni čoln
xe đạp
Kolo
xe ô tô
Avtomobil

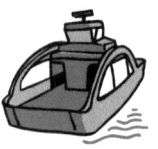

phà

Trajekt

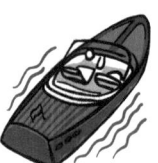

xuồng

Čoln

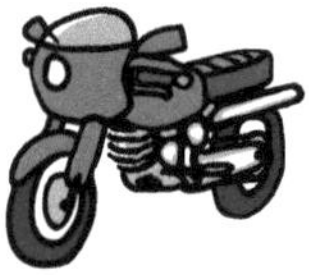

xe máy

Motorno kolo

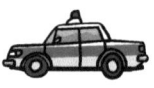

xe cảnh sát

Policijski avto

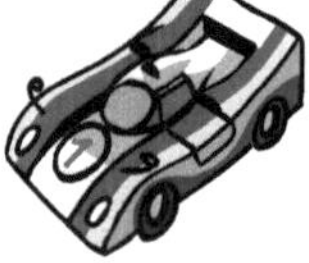

xe đua

Dirkalni avto

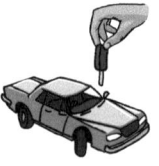

xe cho thuê

Najeto vozilo

dịch vụ thuê xe tự lái

Souporaba avtomobila

xe kéo cứu hộ

Avtovleka

xe rác

Smetarsko vozilo

động cơ

Motor

xăng

Gorivo

trạm xăng

Bencinska postaja

biển báo giao thông

Prometni znak

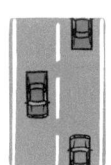

giao thông

Promet

ách tắc giao thông

Zastoj

bãi đậu xe

Parkirišče

nhà ga

Železniška postaja

đường ray

Tirnice

xe lửa

Vlak

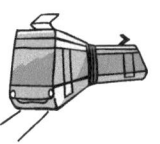

tàu điện

Tramvaj

toa xe

Vagon

máy bay trực thăng

Helikopter

sân bay

Letališče

tháp

Stolp

hành khách

Potnik

côngtenơ

Kontejner

thùng các-tông

Karton

xe đẩy

Voziček

cái giỏ

Košara

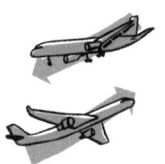

cất cánh / hạ cánh

vzleteti / pristati

thành phố

Mesto

làng

Vas

trung tâm thành phố

Mestno jedro

nhà

Hiša

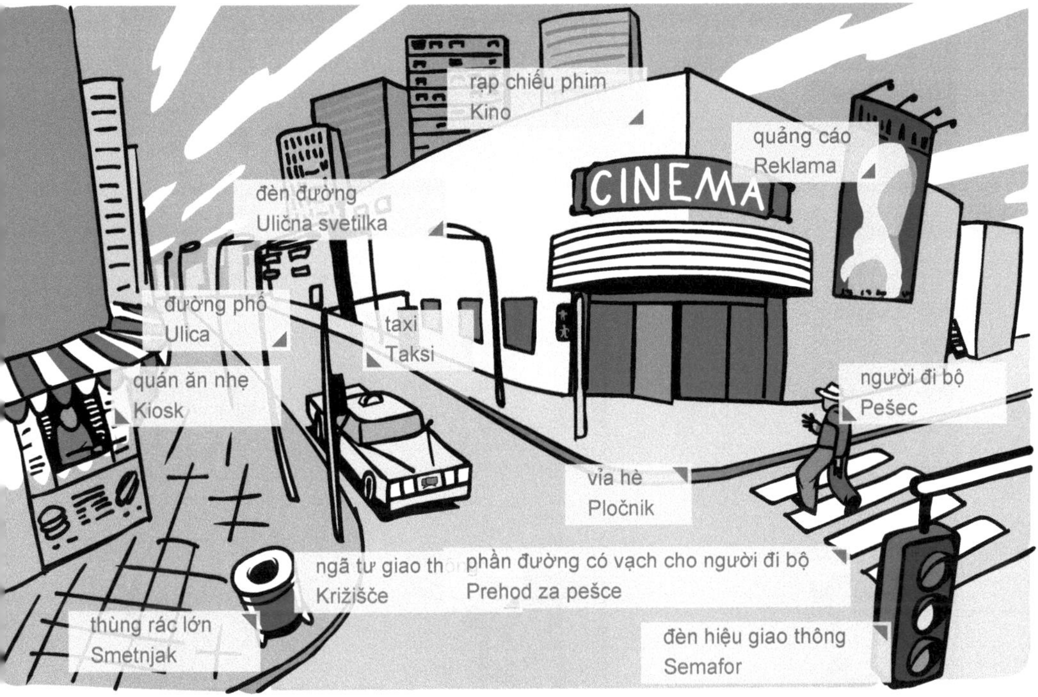

CINEMA
rạp chiếu phim
Kino
quảng cáo
Reklama
đèn đường
Ulična svetilka
đường phố
Ulica
taxi
Taksi
quán ăn nhẹ
Kiosk
người đi bộ
Pešec
vỉa hè
Pločnik
ngã tư giao th
Križišče
phần đường có vạch cho người đi bộ
Prehod za pešce
thùng rác lớn
Smetnjak
đèn hiệu giao thông
Semafor

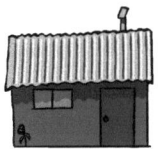

nhà chòi

Koča

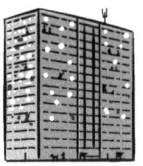

căn hộ

Stanovanje

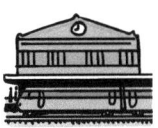

nhà ga

Železniška postaja

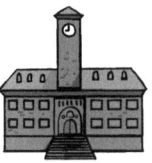

tòa thị chính

Mestna hiša

MUSEUM

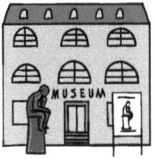

viện bảo tàng

Muzej

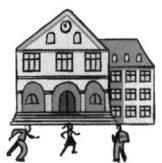

trường học

Šola

đại học
Univerza

ngân hàng
Banka

bệnh viện
Bolnišnica

khách sạn
Hotel

hiệu thuốc
Lekarna

văn phòng
Pisarna

hiệu sách
Knjigarna

cửa hiệu
Trgovina

cửa hiệu bán hoa
Cvetličarna

siêu thị
Supermarket

chợ
Tržnica

cửa hàng bách hóa
Veleblagovnica

người bán cá
Ribarnica

trung tâm mua bán
Nakupovalno središče

bến cảng
Pristanišče

công viên

Park

ghế băng

Klop

cầu

Most

cầu thang

Stopnice

tàu điện ngầm

Podzemna železnica

đường hầm

Predor

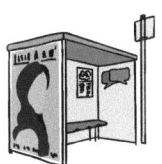

trạm xe buýt

Avtobusno postajališče

quán bar

Bar

khách sạn

Restavracija

hòm thư công cộng

Poštni nabiralnik

bảng hiệu đường

Ulična tabla

đồng hồ đậu xe

Parkirna ura

vườn bách thú

Živalski vrt

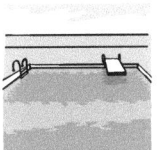

bể bơi

Kopališče

nhà thờ Hồi giáo

Mošeja

nông trại

Kmetija

ô nhiễm môi trường

Onesnaževanje

nghĩa trang

Pokopališče

nhà thờ

Cerkev

sân chơi

Otroško igrišče

ngôi đền

Tempelj

phong cảnh
Pokrajina

lá cây
List

bảng chỉ đường
Kažipot

lối đi
Pot

bãi cỏ
Travnik

hòn đá
Kamen

cây
Drevo

người đi bộ đường dài
Pohodnik

sông
Reka

cỏ
Trava

bông hoa
Cvetlica

thung lũng

Dolina

đồi

Hrib

hồ nước

Jezero

rừng

Gozd

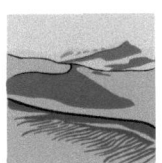

sa mạc

Puščava

núi lửa

Vulkan

lâu đài

Grad

cầu vồng

Mavrica

nấm

Goba

cây cọ

Palma

con muỗi

Komar

con ruồi

Muha

con kiến

Mravlja

con ong

Čebela

con nhện

Pajek

bọ cánh cứng

Hrošč

con ếch

Žaba

con sóc

Veverica

con nhím

Jež

con thỏ

Zajec

con cú

Sova

con chim

Ptič

thiên nga

Labod

heo rừng

Divji prašič

con hươu

Jelen

nai sừng tấm

Los

đê

Jez

tuabin gió

Vetrnica

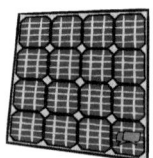

tấm năng lượng mặt trời

Solarna plošča

khí hậu

Podnebje

khách sạn
Restavracija

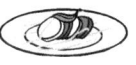

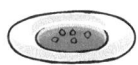

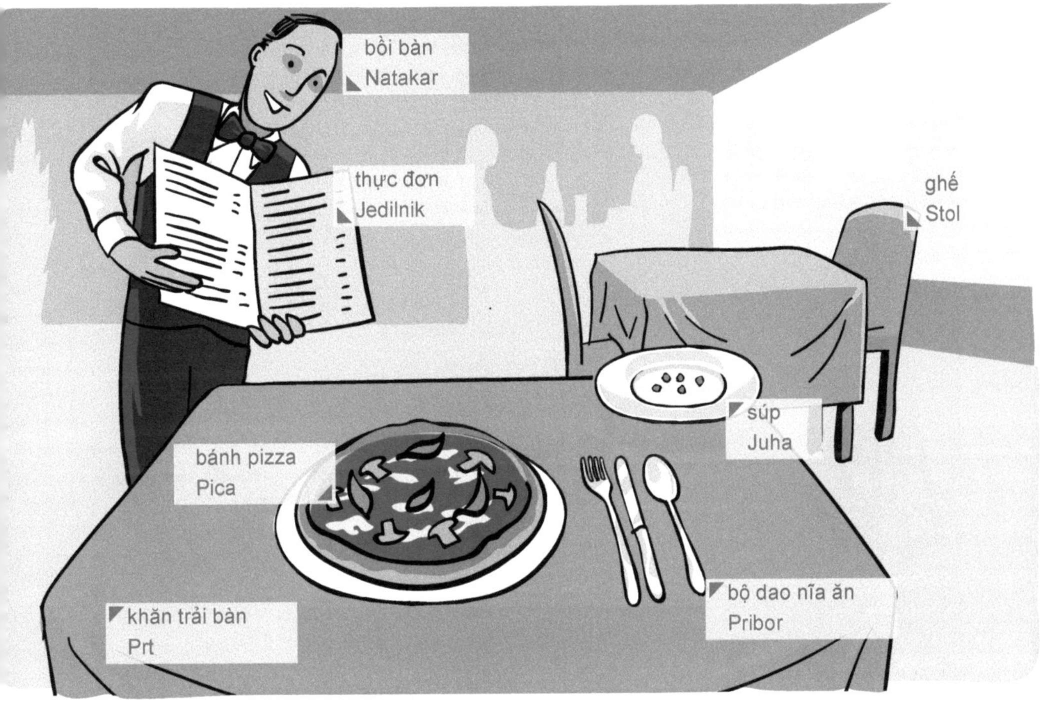
bồi bàn
Natakar
thực đơn
Jedilnik
ghế
Stol
súp
Juha
bánh pizza
Pica
bộ dao nĩa ăn
Pribor
khăn trải bàn
Prt

món ăn khai vị

Predjed

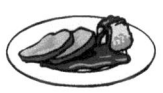

món ăn chính

Glavna jed

món tráng miệng

Sladica

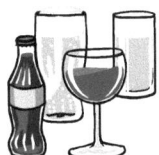

thức uống

Pijače

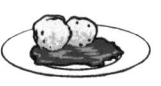

thức ăn

Hrana

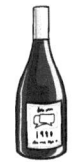

cái chai

Steklenica

thức ăn nhanh

Hitra hrana

thức ăn đường phố

Ulična hrana

ấm trà

Čajnik

hộp đường

Sladkornica

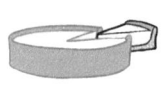

khẩu phần

Porcija

máy pha espresso

Aparat za espresso

ghế cao

Stolček za hranjenje

hóa đơn

Račun

khay

Pladenj

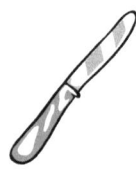

dao

Nož

nĩa

Vilica

thìa

Žlica

thìa uống trà

Čajna žlička

khăn ăn

Servieta

cốc thủy tinh

Kozarec

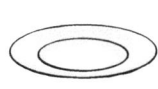

đĩa

Krožnik

đĩa súp

Globoki krožnik

đĩa lót cốc

Krožniček

nước sốt

Omaka

lọ muối

Solnica

cái xay tiêu

Mlinček za poper

giấm

Kis

dầu

Olje

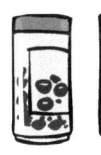

gia vị

Začimbe

nước xốt cà chua

Kečap

tương hạt cải

Gorčica

nước sốt mayonnaise

Majoneza

siêu thị
Supermarket

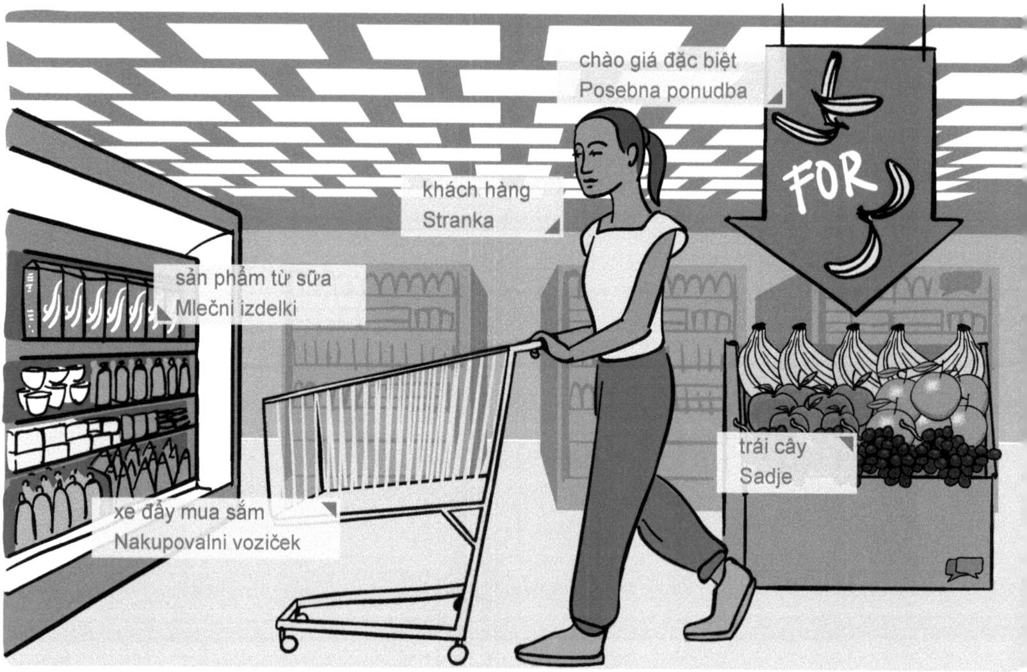

chào giá đặc biệt
Posebna ponudba
FOR
khách hàng
Stranka
sản phẩm từ sữa
Mlečni izdelki
trái cây
Sadje
xe đẩy mua sắm
Nakupovalni voziček

BUTCHERS

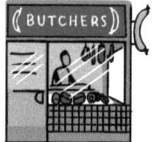

lò mổ

Mesnica

BAKERY

cửa hiệu bán bánh mì

Pekarna

cân nặng

Tehtati

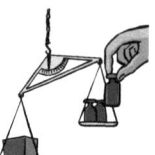

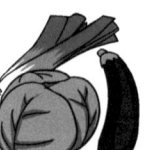

rau quả

Zelenjava

thịt

Meso

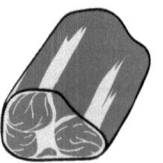

thức ăn đông lạnh

Zamrznjena hrana

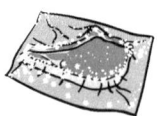

lát thịt nguội

Hladne mesnine

đồ hộp

Konzerve

bột giặt

Pralni prašek

đồ ngọt

Sladkarije

sản phẩm dùng trong gia đình

Gospodinjski izdelki

chất tẩy rửa

Čistilno sredstvo

người bán hàng

Prodajalka

quầy trả tiền

Blagajna

nhân viên thu ngân

Blagajnik

danh sách mua sắm

Nakupovalni seznam

giờ mở cửa

Delovni čas

ví tiền

Denarnica

thẻ tín dụng

Kreditna kartica

túi đeo

Torba

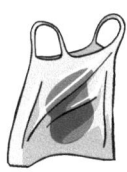

túi ny lông

Plastična vrečka

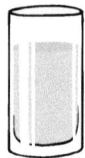

nước

Voda

nước quả ép

Sok

sữa

Mleko

coca-cola

Kola

rượu vang

Vino

bia

Pivo

cồn

Alkohol

cacao

Kakav

trà

Čaj

cà phê

Kava

espresso

Espresso

cappuccino

Kapučino

chuối

Banana

quả táo

Jabolko

quả cam

Pomaranča

dưa hấu

Lubenica

chanh

Limona

cà rốt

Korenje

tỏi

Česen

tre

Bambus

củ hành

Čebula

nấm

Goba

hạt dẻ

Oreščki

mì

Rezanci

mì spaghetti

Špageti

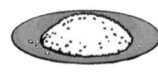

cơm

Riž

xà lách

Solata

khoai tây chiên

Ocvrt krompirček

khoai tây chiên

Pečen krompir

bánh pizza

Pica

bánh hamburger

Hamburger

bánh mì sandwich

Sendvič

thịt côtlet

Zrezek

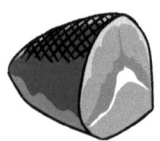

thịt giăm bông

Šunka

xúc xích

Salama

dồi

Klobasa

gà

Piščanec

rán

Pečenka

cá

Riba

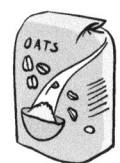

cháo yến mạch

Ovseni kosmiči

cháo muesli

Musli

bánh bột ngô nướng

Koruzni kosmiči

bột mì

Moka

bánh sừng bò

Rogljiček

bánh mì

Žemlja

bánh mì

Kruh

bánh mì nướng

Prepečenec

bánh bích quy

Piškoti

bơ

Maslo

sữa đông

Skuta

bánh ngọt

Torta

trứng

Jajce

trứng rán

Pečeno jajce na oko

pho mát

Sir

kem

Sladoled

đường

Sladkor

mật ong

Med

mứt

Marmelada

kem nougat

Čokoladni namaz

cà ri

Kari

thức ăn - Hrana

nông trại
Kmetija

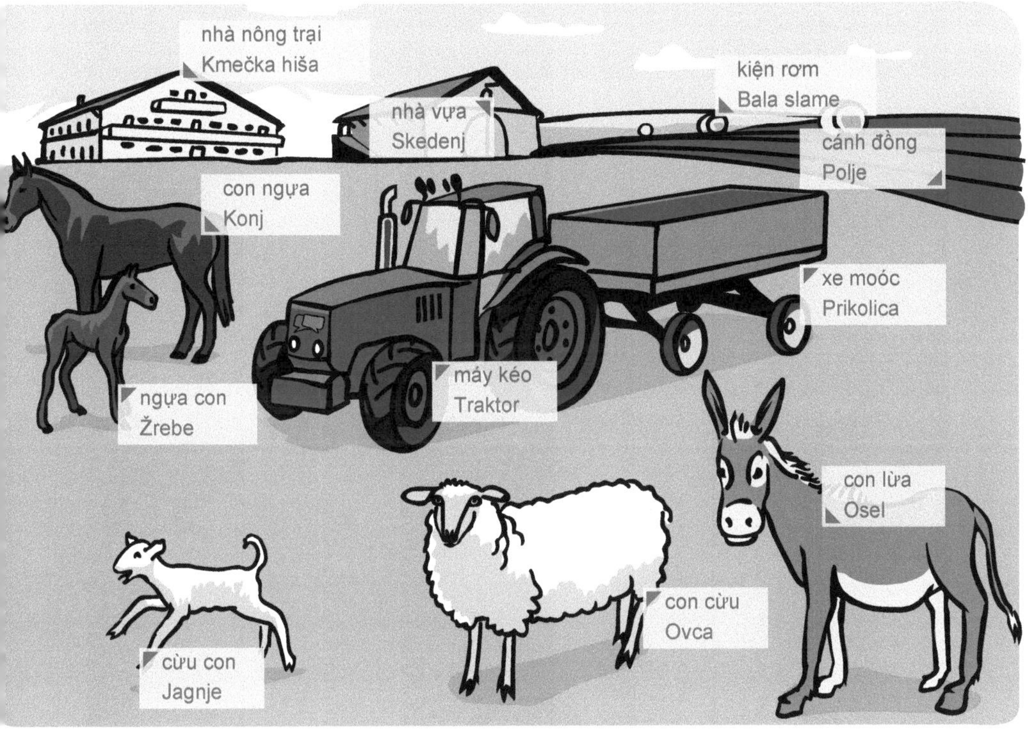
nhà nông trại
Kmečka hiša
nhà vựa
Skedenj
kiện rơm
Bala slame
cánh đồng
Polje
con ngựa
Konj
xe moóc
Prikolica
ngựa con
Žrebe
máy kéo
Traktor
con lừa
Osel
con cừu
Ovca
cừu con
Jagnje

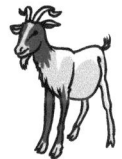

con dê
Koza

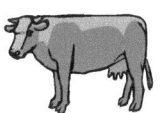

con bò
Krava

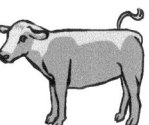

con bê
Tele

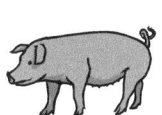

con lợn
Prašič

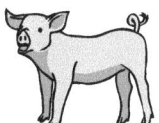

lợn con
Pujsek

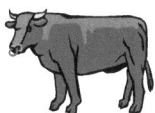

bò đực
Bik

con ngỗng

Gos

con vịt

Raca

gà con

Piščanec

gà mái

Kokoš

gà trống

Petelin

con chuột

Podgana

mèo

Mačka

chuột nhắt

Miš

bò đực

Vol

con chó

Pes

nhà chuồng chó

Pasja uta

ống tưới vườn cây

Cev za zalivanje

thùng tưới cây

Kangla za zalivanje

lưỡi hái

Kosa

cái cày

Plug

cái liềm

Srp

cái cuốc

Motika

cái chĩa

Vile

cái rìu

Sekira

xe cút kít

Samokolnica

máng ăn

Korito

lọ sữa

Kangla za mleko

bao tải

Vreča

hàng rào

Ograja

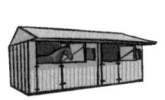

chuồng

Hlev

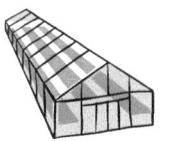

nhà kính trồng cây

Rastlinjak

đất trồng

Prst

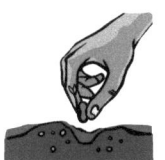

hạt giống

Seme

phân bón

Gnojilo

máy gặt đập liên hợp

Kombajn

thu hoạch

Žeti

mùa thu hoạch

Žetev

khoai lang

Jam

lúa mì

Pšenica

đậu nành

Soja

khoai tây

Krompir

ngô

Koruza

hạt cải dầu

Oljna ogrščica

cây ăn trái

Sadno drevo

sắn

Maniok

ngũ cốc

Žito

nhà
Hiša

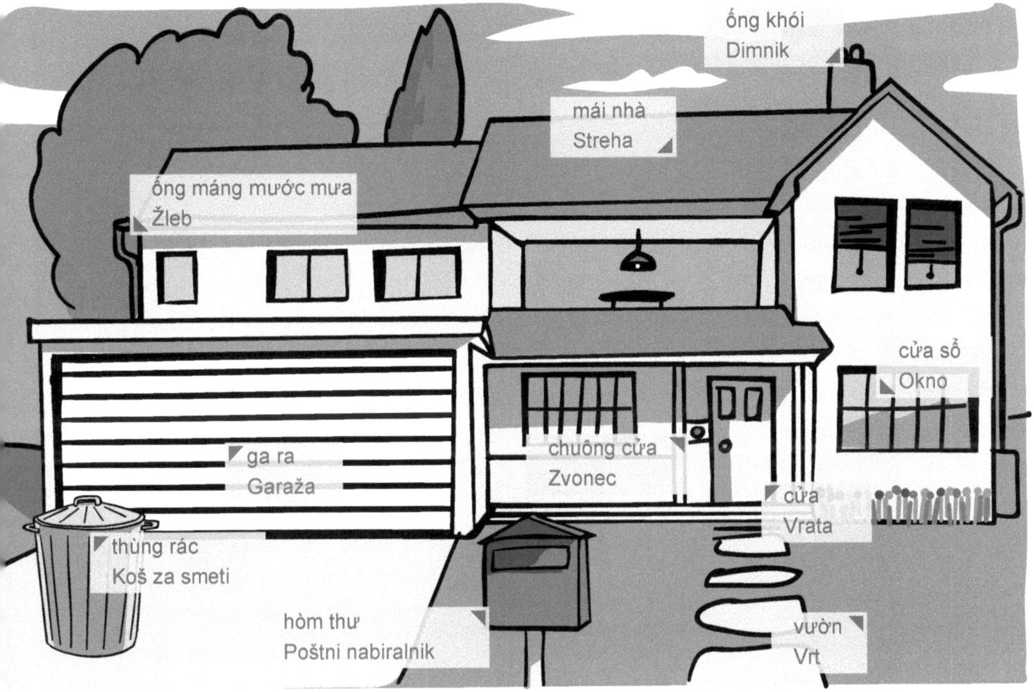

ống khói
Dimnik
mái nhà
Streha
ống máng mước mưa
Žleb
cửa sổ
Okno
chuông cửa
Zvonec
ga ra
Garaža
cửa
Vrata
thùng rác
Koš za smeti
hòm thư
Poštni nabiralnik
vườn
Vrt

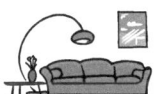

phòng khách

Dnevna soba

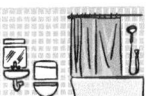

phòng tắm

Kopalnica

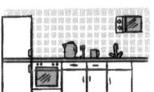

bếp

Kuhinja

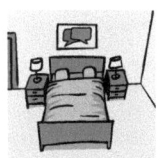

phòng ngủ

Spalnica

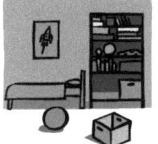

phòng trẻ em

Otroška soba

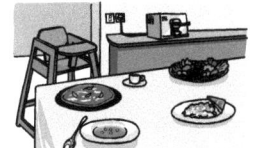

phòng ăn

Jedilnica

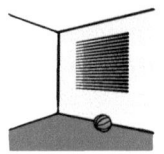

nền nhà
Tla

tường
Stena

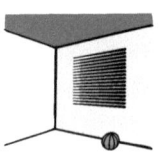

trần nhà
Strop

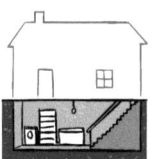

tầng hầm
Klet

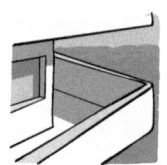

tắm hơi
Savna

ban công
Balkon

sân hiên
Terasa

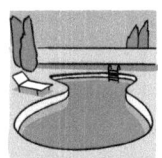

bể bơi
Bazen

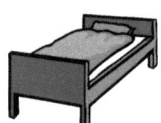

máy cắt cỏ
Kosilnica

khăn trải giường
Rjuha

khăn trải giường
Posteljno pregrinjalo

giường
Postelja

chổi
Metla

cái xô
Vedro

công tắc điện
Stikalo

phòng khách
Dnevna soba

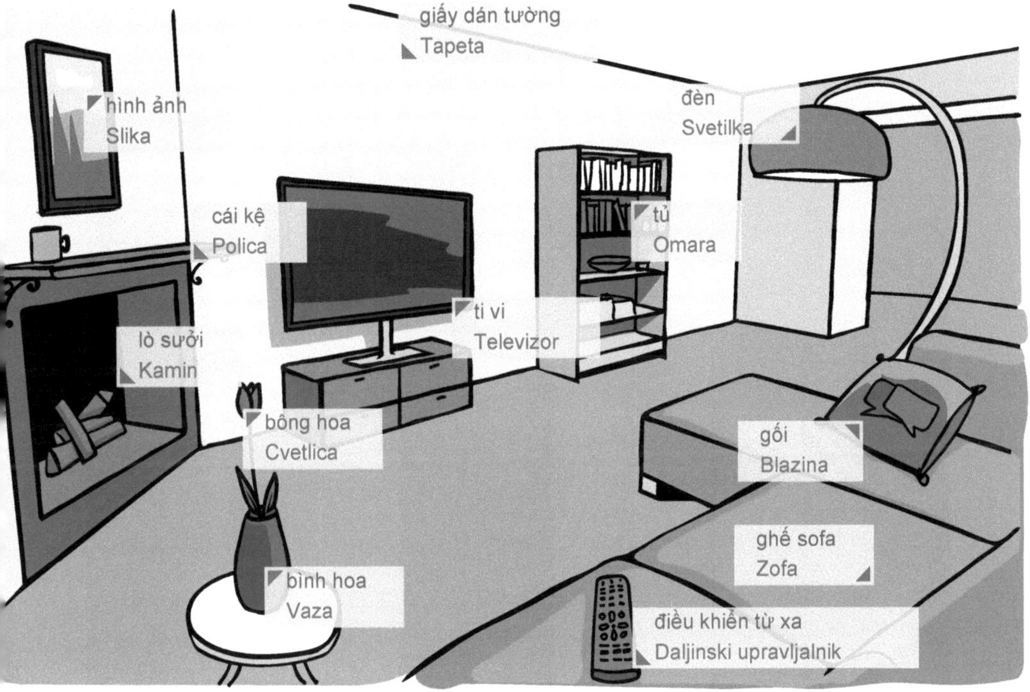
giấy dán tường
Tapeta
hình ảnh
Slika
đèn
Svetilka
cái kệ
Polica
tủ
Omara
ti vi
Televizor
lò sưởi
Kamin
bông hoa
Cvetlica
gối
Blazina
ghế sofa
Zofa
bình hoa
Vaza
điều khiển từ xa
Daljinski upravljalnik

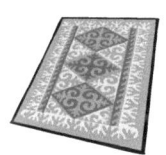

thảm
....
Preproga

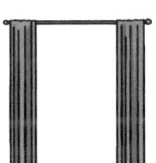

rèm
....
Zavesa

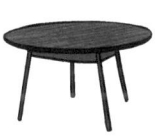

cái bàn
....
Miza

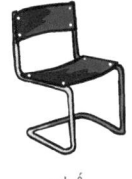

ghế
....
Stol

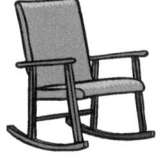

ghế bập bênh
....
Gugalnik

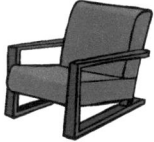

ghế bành
....
Naslanjač

sách

Knjiga

cái chăn

Odeja

đồ trang trí

Dekoracija

củi

Drva

phim

Film

máy hi-fi

Glasbeni stolp

chìa khóa

Ključ

báo

Časopis

bức tranh

Slika

áp phích

Plakat

radio

Radio

sổ ghi chép

Beležka

máy hút bụi

Sesalnik

cây xương rồng

Kaktus

cây nến

Sveča

bếp
Kuhinja

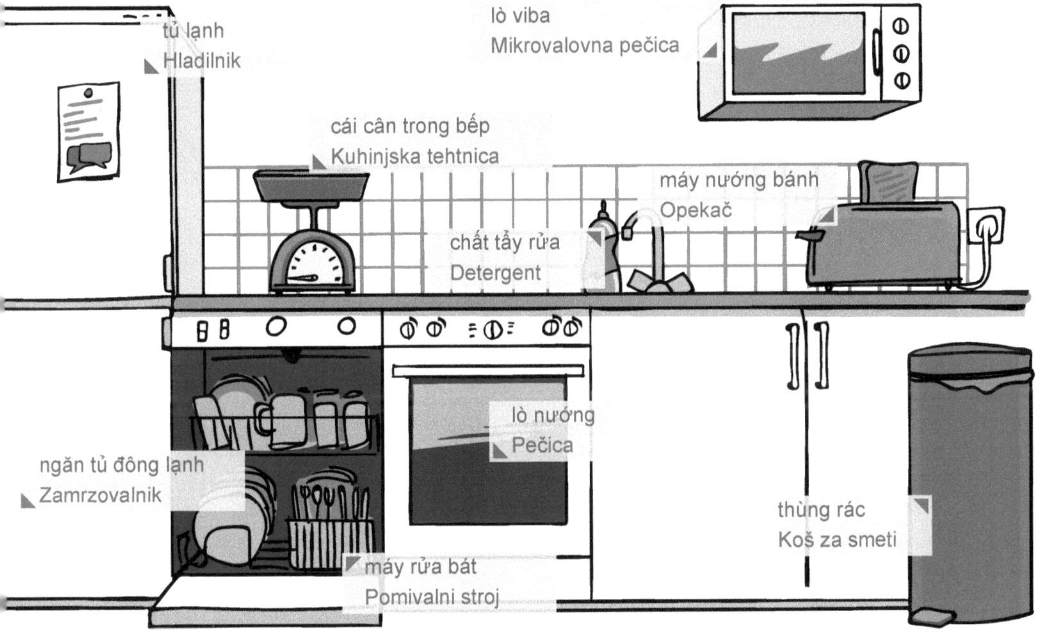
tủ lạnh
Hladilnik
lò viba
Mikrovalovna pečica
cái cân trong bếp
Kuhinjska tehtnica
máy nướng bánh
Opekač
chất tẩy rửa
Detergent
lò nướng
Pečica
ngăn tủ đông lạnh
Zamrzovalnik
thùng rác
Koš za smeti
máy rửa bát
Pomivalni stroj

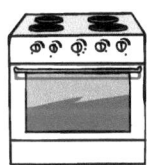

lò nấu
....
Kozica

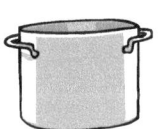

nồi
....
Lonec

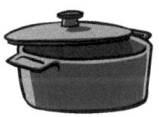

nồi sắt
....
Litoželezni lonec

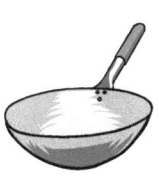

chảo
....
Vok / kadai

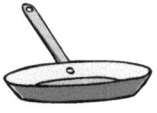

chảo
....
Ponev

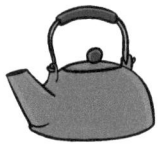

ấm đun nước
....
Kotliček

nồi đun hơi

Parni kuhalnik

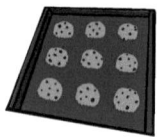

khay lò nướng

Pekač

bát đĩa

Posoda

cốc

Skodelica

cái bát

Skleda

đũa

Jedilne paličice

cái vá

Zajemalka

bàn xẻng

Lopatica

que đánh kem

Metlica

rây dùng trong bếp

Cedilnik

cái rây lọc

Cedilo

cái nạo

Strgalo

vữa

Možnar

vỉ nướng

Žar

ngọn lửa trần

Ognjišče

cái thớt

Deska za rezanje

trục cán bột

Valjar

cái mở nút chai

Odpirač za steklenice

vỏ đồ hộp

Pločevinka

cái mở vỏ đồ hộp

Odpirač za konzerve

miếng nhấc nồi

Prijemalka za posodo

bồn rửa bát

Korito

bàn chải

Ščetka

miếng xốp

Goba

máy xay

Mešalnik

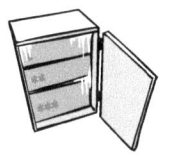

tủ đông lạnh

Zamrzovalna skrinja

bình sữa cho trẻ sơ sinh

Steklenička

vòi nước

Pipa

phòng tắm
Kopalnica

lò sưởi
Ogrevanje
vòi hoa sen
Prha
khăn lau
Brisača
rèm che ngăn tắm
Zavesa za prho
tắm bọt
Peneča kopel
bồn tắm
Kopalna kad
cốc thủy tinh
Kozarec
máy giặt
Pralni stroj
vòi nước
Pipa
gạch lát
Ploščice
cái bô
Kahlica
bồn rửa bát
Korito

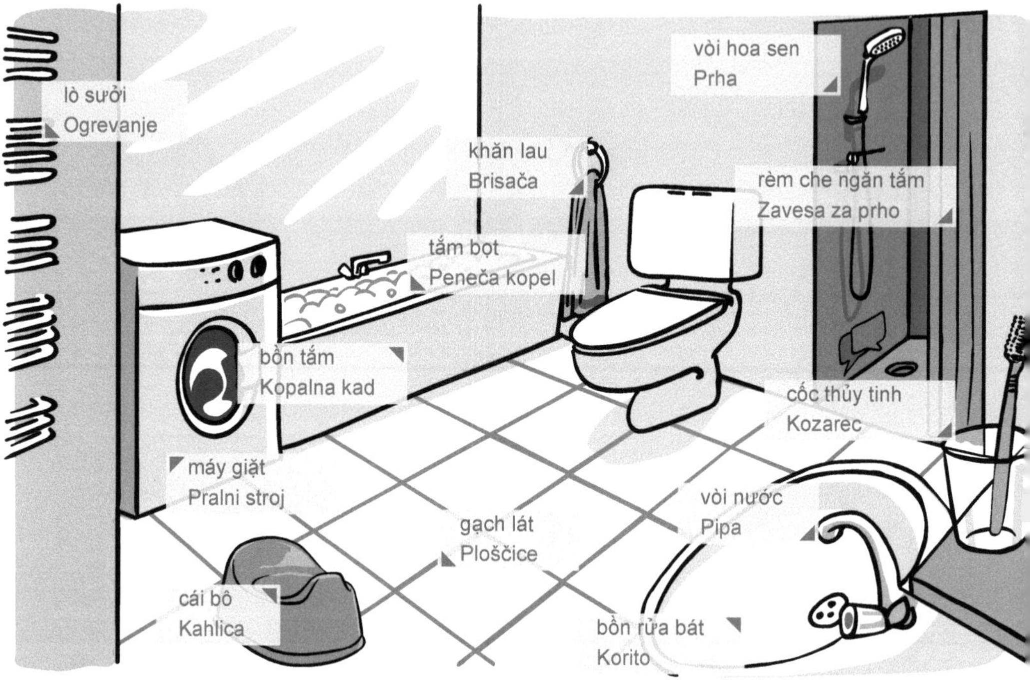

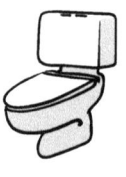

bồn cầu

Stranišče

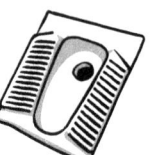

bồn cầu ngồi xổm

Stranišče na počep

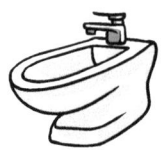

bồn rửa hậu môn

Bide

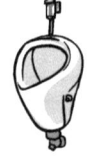

bồn tiểu tiện

Pisoar

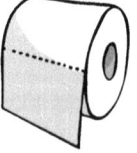

giấy vệ sinh

Toaletni papir

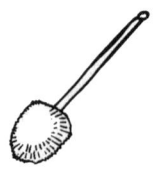

bàn chải cọ bồn cầu

Ščetka za straniščno školjko

bàn chải đánh răng

Zobna ščetka

kem đánh răng

Zobna pasta

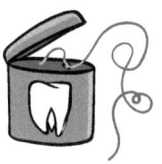

chỉ nha khoa

Zobna nitka

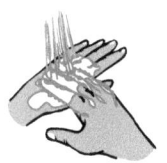

rửa

Umiti se

vòi sen cầm tay

Ročna prha

vòi rửa hậu môn

Prha za intimne dele

bồn rửa

Umivalnik

bàn chải cọ lưng

Krtača za hrbet

xà phòng

Milo

sữa tắm

Gel za prhanje

dầu gội

Šampon

khăn cọ để tắm

Krpica za miljenje

lỗ thoát nước

Odtok

kem

Krema

chất khử mùi

Deodorant

gương

Ogledalo

gương tay

Ročno ogledalo

dao cạo râu

Britvica

kem cạo râu

Pena za britje

nước thơm dùng sau khi cạo râu

Vodica po britju

cái lược

Glavnik

bàn chải

Ščetka

máy xấy tóc

Sušilnik za lase

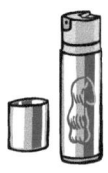

keo xịt tóc

Lak za lase

đồ trang điểm

Ličila

thỏi son môi

Šminka

sơn bôi móng

Lak za nohte

bông

Vatirane blazinice

kéo cắt móng

Škarjice za nohte

nước hoa

Parfum

túi đựng đồ tắm

Toaletna torbica

ghế đẩu

Stol brez naslonjala

cái cân

Osebna tehtnica

áo choàng tắm

Kopalni plašč

găng tay làm vệ sinh

Gumijaste rokavice

nút gạc

Tampon

băng vệ sinh

Damski vložki

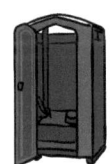

nhà vệ sinh hóa chất

Kemično stranišče

phòng trẻ em
Otroška soba

đồng hồ báo thức
Budilka
thú bông
Plišasta igrača
xe đồ chơi
Avtomobilček
cái lúc lắc
Ropotuljica
nhà búp bê
Hiška za punčke
món quà
Darilo

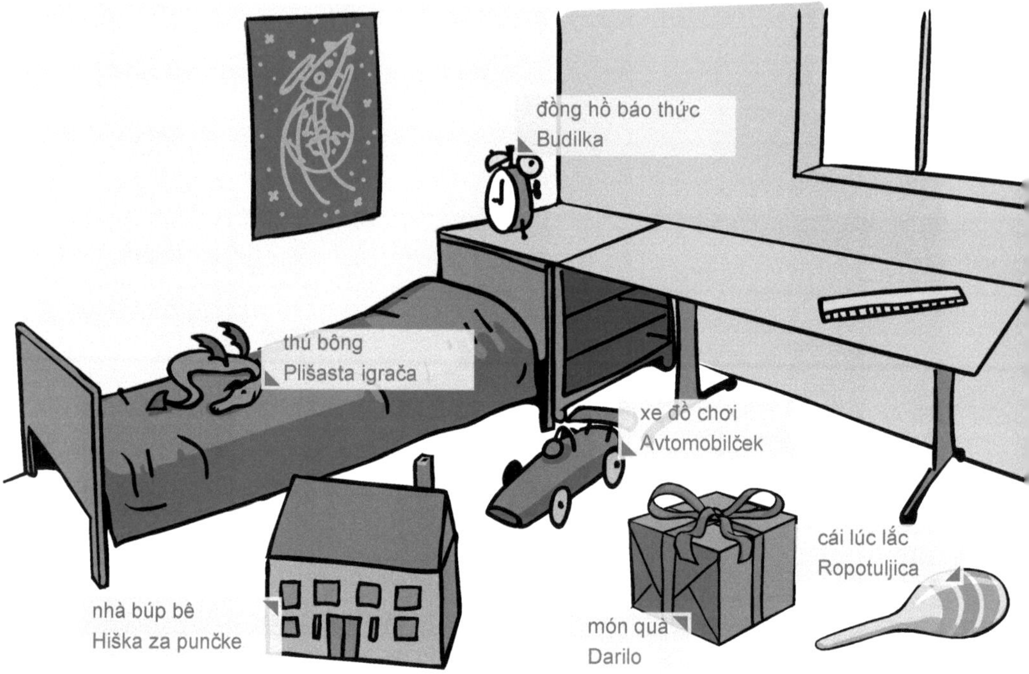

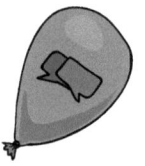

bong bóng

Balon

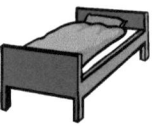

giường

Postelja

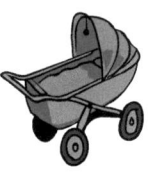

xe nôi

Otroški voziček

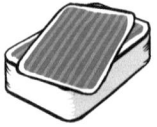

trò chơi bài

Igralne karte

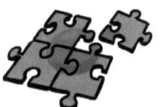

trò chơi ghép hình

Sestavljanka

SUPER
MEGA

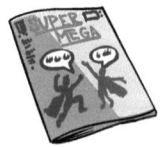

truyện tranh

Strip

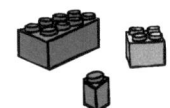

gạch Lego

Lego kocke

khối xếp hình

Igralne kocke

nhân vật hành động

Akcijska figura

áo liền quần cho trẻ sơ sinh

Bodi

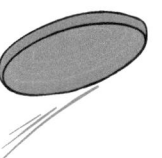

đĩa nhựa để ném

Frizbi

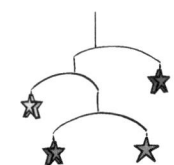

đồ chơi treo trên giường

Vrtiljak za posteljico

trò chơi cờ bàn

Namizna igra

xúc xắc

Kocka

đồ chơi xe lửa mô hình

Komplet modelov vlakov

ti giả

Duda

buổi tiệc

Zabava

sách tranh

Slikanica

quả bóng

Žoga

búp bê

Lutka

chơi

Igrati se

hố cát

Peskovnik

cái đu

Gugalnica

đồ chơi

Igrače

máy chơi game cầm tay

Igralna konzola

xe ba bánh

Tricikel

gấu bông

Plišasti medvedek

tủ quần áo

Garderoba

y phục
Oblačilo

bít tất

Nogavice

bít tất dài

Samostoječe nogavice

quần tất

Hlačne nogavice

khăn choàng cổ
Šal

ô che mưa
Dežnik

áp phông
Majica s kratkimi rokavi

dây thắt lưng
Pas

ủng
Škornji

dép đi trong nhà
Copati

giày sneaker
Športni copati

dép xăng đan
Sandali

giày
Čevlji

ủng cao su
Gumijasti škornji

quần lót
Spodnje hlače

áo ngực
Modrček

áo vest
Telovnik

áo ôm sát cơ thể

Bodi

quần dài

Hlače

quần bò

Kavbojke

váy

Krilo

áo cánh

Bluza

áo sơ mi

Srajca

áo len chui đầu

Pulover

áo len

Pletena jopica

áo blazer

Jopa

áo jacket

Jakna

áo khoác

Plašč

áo mưa

Dežni plašč

trang phục

Kostim

áo váy

Obleka

áo cưới

Poročna obleka

bộ com lê

Obleka

áo ngủ

Spalna srajca

pijama

Pižama

trang phục sari

Sari

khăn trùm đầu

Naglavna ruta

khăn đội đầu

Turban

áo burka

Burka

áo captan

Kaftan

áo aba

Abaja

quần áo bơi

Kopalke

quần bơi

Kopalne hlače

quần đùi

Kratke hlače

quần áo tracksuit

Trenirka

tạp dề

Predpasnik

găng tay

Rokavice

cái cúc

Gumb

kính mắt

Očala

vòng đeo tay

Zapestnica

vòng cổ

Verižica

nhẫn

Prstan

hoa tai

Uhan

mũ lưỡi trai

Kapa

cái mắc treo áo quần

Obešalnik

mũ

Klobuk

cà vạt

Kravata

dây kéo phéc mơ tuya

Zadrga

mũ bảo hiểm

Čelada

dây đeo quần

Naramnice

đồng phục học sinh

Šolska uniforma

đồng phục

Uniforma

yếm trẻ em

Slinček

ti giả

Duda

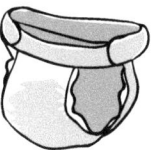

tã lót

Plenica

văn phòng
Pisarna

máy chủ
Strežnik

tủ hồ sơ
Kartotečna omara

máy in
Tiskalnik

màn hình
Monitor

giấy
Papir

chuột máy tính
Miška

bàn làm việc
Pisalna miza

thư mục
Mapa

bàn phím
Tipkovnica

thùng rác giấy
Koš za smeti

ghế
Stol

máy tính
Računalnik

cốc cà phê

Lonček za kavo

máy tính bỏ túi

Kalkulator

internet

Internet

laptop

Prenosnik

thư

Pismo

tin nhắn

Sporočilo

điện thoại di động

Mobilnik

mạng

Omrežje

máy photocopy

Kopirni stroj

phần mềm

Programska oprema

điện thoại

Telefon

ổ cắm điện

Vtičnica

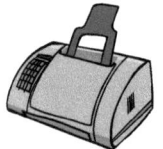

máy fax

Telefaks

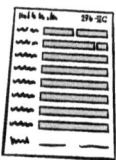

mẫu đơn

Obrazec

chứng từ

Dokument

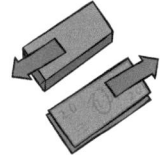

mua
....
Kupiti

trả tiền
....
Plačati

buôn bán
....
Trgovati

tiền
....
Denar

đô la
....
Dolar

Euro
....
Evro

yên
....
Jen

rúp
....
Rubelj

franc Thụy Sĩ
....
Švičarski frank

nhân dân tệ
....
Kitajski juan renminbi

rupi
....
Rupija

máy rút tiền tự động
....
Bankomat

quầy đổi tiền

Menjalnica

vàng

Zlato

bạc

Srebro

dầu

Nafta

năng lượng

Energija

giá tiền

Cena

hợp đồng

Pogodba

thuế

Davek

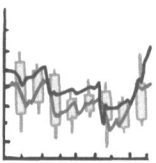

cổ phiếu

Delnice

làm việc

Delati

nhân viên

Delojemalec

chủ lao động

Delodajalec

nhà máy

Tovarna

cửa hiệu

Trgovina

nghề nghiệp
Poklici

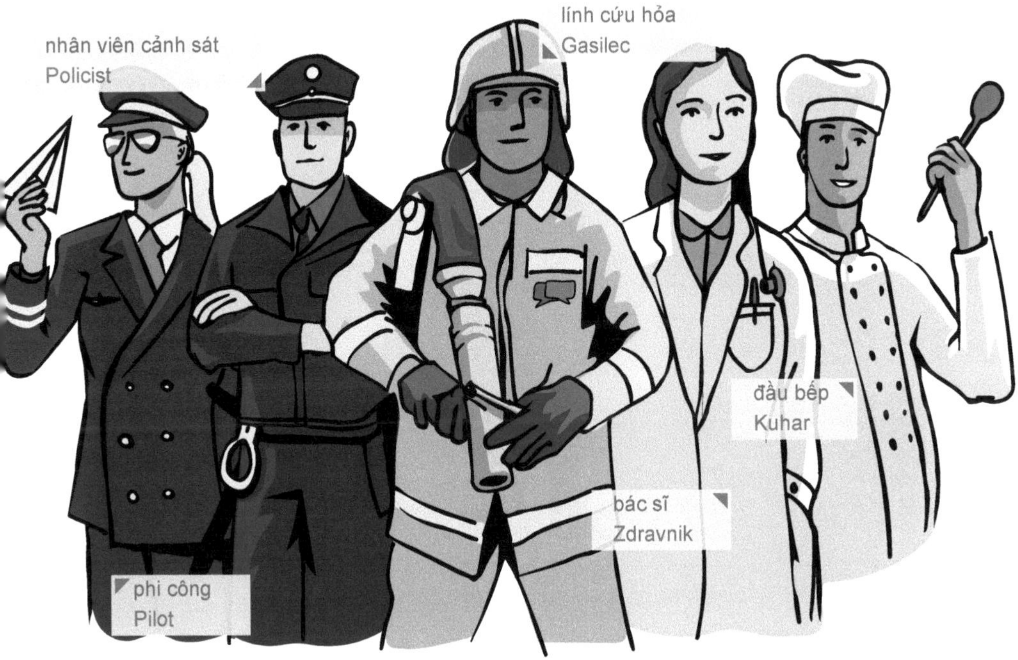
lính cứu hỏa
Gasilec
nhân viên cảnh sát
Policist
đầu bếp
Kuhar
bác sĩ
Zdravnik
phi công
Pilot

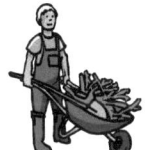

người làm vườn

Vrtnar

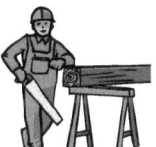

thợ mộc

Mizar

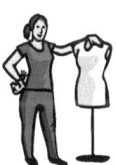

thợ may

Šivilja

chánh án

Sodnik

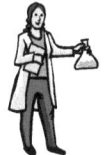

nhà hóa học

Kemik

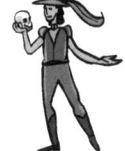

diễn viên

Igralec

tài xế xe buýt

Voznik avtobusa

người lái taxi

Taksist

ngư dân

Ribič

người lau dọn vệ sinh

Čistilka

thợ lợp mái nhà

Krovec

bồi bàn

Natakar

thợ săn

Lovec

họa sĩ

Pleskar

thợ làm bánh

Pek

thợ điện

Električar

thợ xây dựng

Gradbenik

kỹ sư

Inženir

người hàng thịt

Mesar

thợ sửa ống nước

Vodovodni inštalater

người đưa thư

Poštar

người lính

Vojak

kiến trúc sư

Arhitekt

nhân viên thu ngân

Blagajnik

người bán hoa

Cvetličar

thợ cắt tóc

Frizer

nhân viên soát vé

Sprevodnik

thợ cơ khí

Mehanik

thuyền trưởng

Kapitan

nha sĩ

Zobozdravnik

nhà khoa học

Znanstvenik

giáo sĩ Do thái

Rabin

lãnh tụ Hồi giáo

Imam

nhà sư

Menih

mục sư

Duhovnik

dụng cụ
Orodje

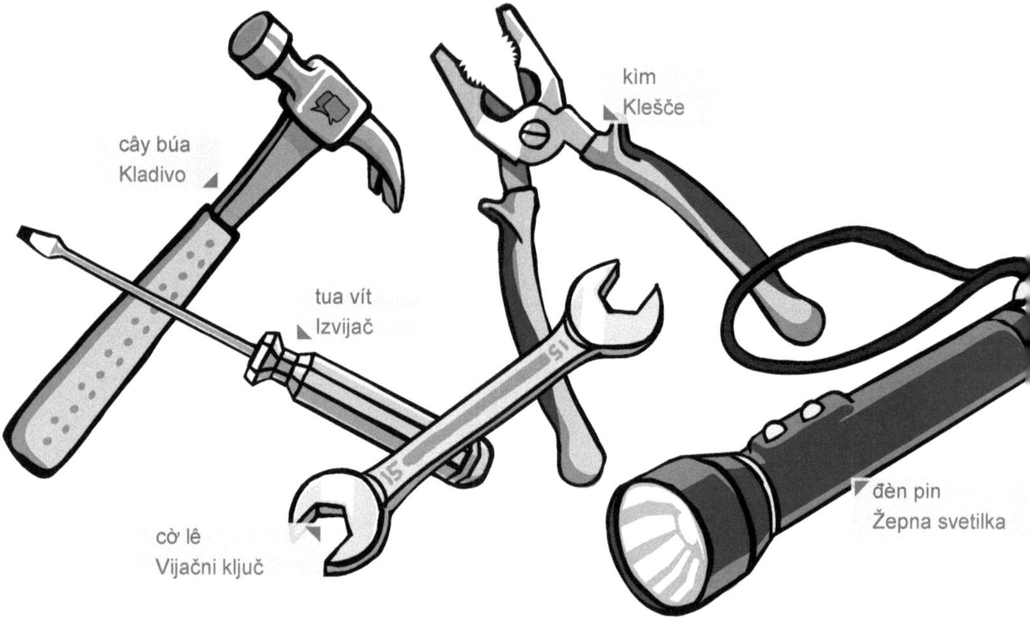

cây búa
Kladivo
kìm
Klešče
tua vít
Izvijač
cờ lê
Vijačni ključ
đèn pin
Žepna svetilka

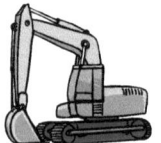

máy xúc đất

Bager

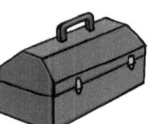

hộp dụng cụ

Zaboj z orodjem

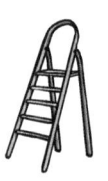

cái thang

Lestev

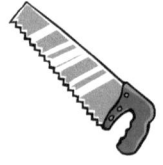

cưa

Žaga

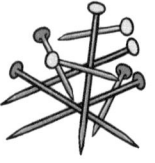

đinh

Žeblji

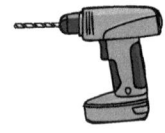

máy khoan

Vrtalnik

sửa chữa

Popraviti

cái xẻng

Lopata

khốn nạn!

Šment!

cái hót rác

Smetišnica

thùng sơn

Posoda z barvo

vít

Vijaki

nhạc cụ
Glasbeni instrument

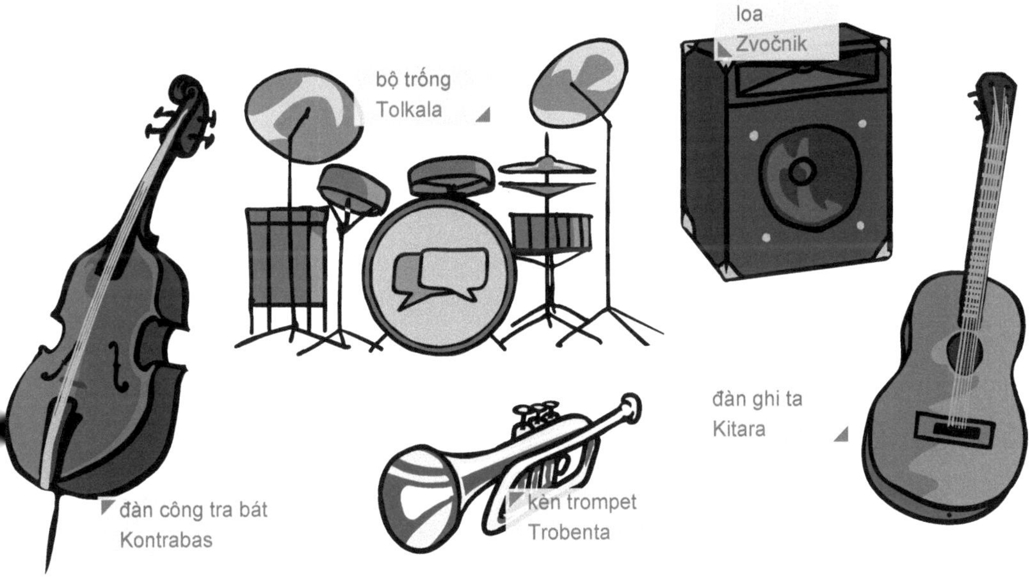

bộ trống
Tolkala

loa
Zvočnik

đàn ghi ta
Kitara

đàn công tra bát
Kontrabas

kèn trompet
Trobenta

đàn piano
Klavir

đàn vĩ cầm
Violina

ghi ta bass
Bas kitara

trống định âm
Pavke

trống
Bobni

đàn organ
Sintetizator

kèn Saxophone
Saksofon

sáo
Flavta

micro
Mikrofon

vườn bách thú
Živalski vrt

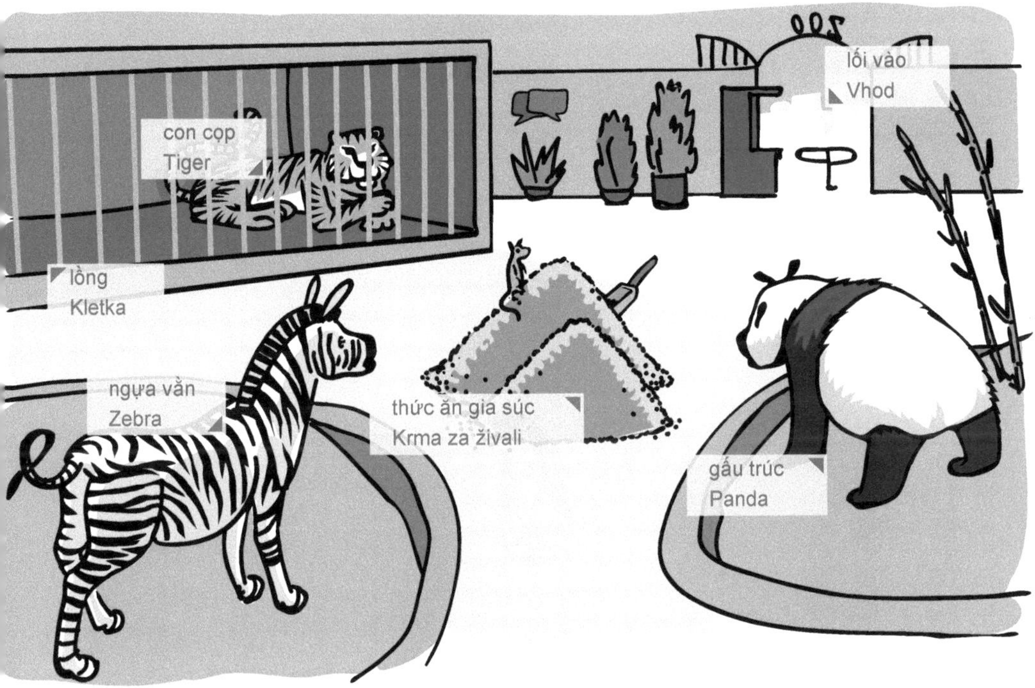
lối vào
Vhod
con cọp
Tiger
lồng
Kletka
ngựa vằn
Zebra
thức ăn gia súc
Krma za živali
gấu trúc
Panda

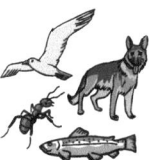

động vật
Živali

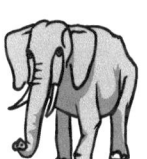

con voi
Slon

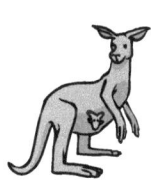

chuột túi
Kenguru

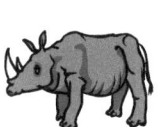

tê giác
Nosorog

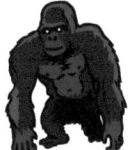

khỉ đột
Gorila

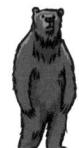

con gấu
Medved

lạc đà

Kamela

đà điểu

Noj

sư tử

Lev

con khỉ

Opica

hồng hạc

Plamenec

con vẹt

Papagaj

gấu bắc cực

Severni medved

chim cánh cụt

Pingvin

cá mập

Morski pes

con công

Pav

con rắn

Kača

cá sấu

Krokodil

người trông giữ vườn bách thú

Oskrbnik v živalskem vrtu

hải cẩu

Tjulenj

báo đốm

Jaguar

ngựa lùn

Poni

con báo

Leopard

hà mã

Povodni konj

hươu cao cổ

Žirafa

đại bàng

Orel

heo rừng

Divji prašič

cá

Riba

con rùa

Želva

hải mã

Mrož

con cáo

Lisica

linh dương

Gazela

bóng bầu dục Mỹ
Ameriški nogomet

đua xe đạp
Kolesarjenje

quần vợt
Tenis

bóng rổ
Košarka

bơi
Plavanje

đấm bốc
Boks

khúc côn cầu trên băng
Hokej

bóng đá
Nogomet

cầu lông
Badminton

điền kinh
Atletika

bóng ném
Rokomet

trượt tuyết
Smučanje

polo
Polo

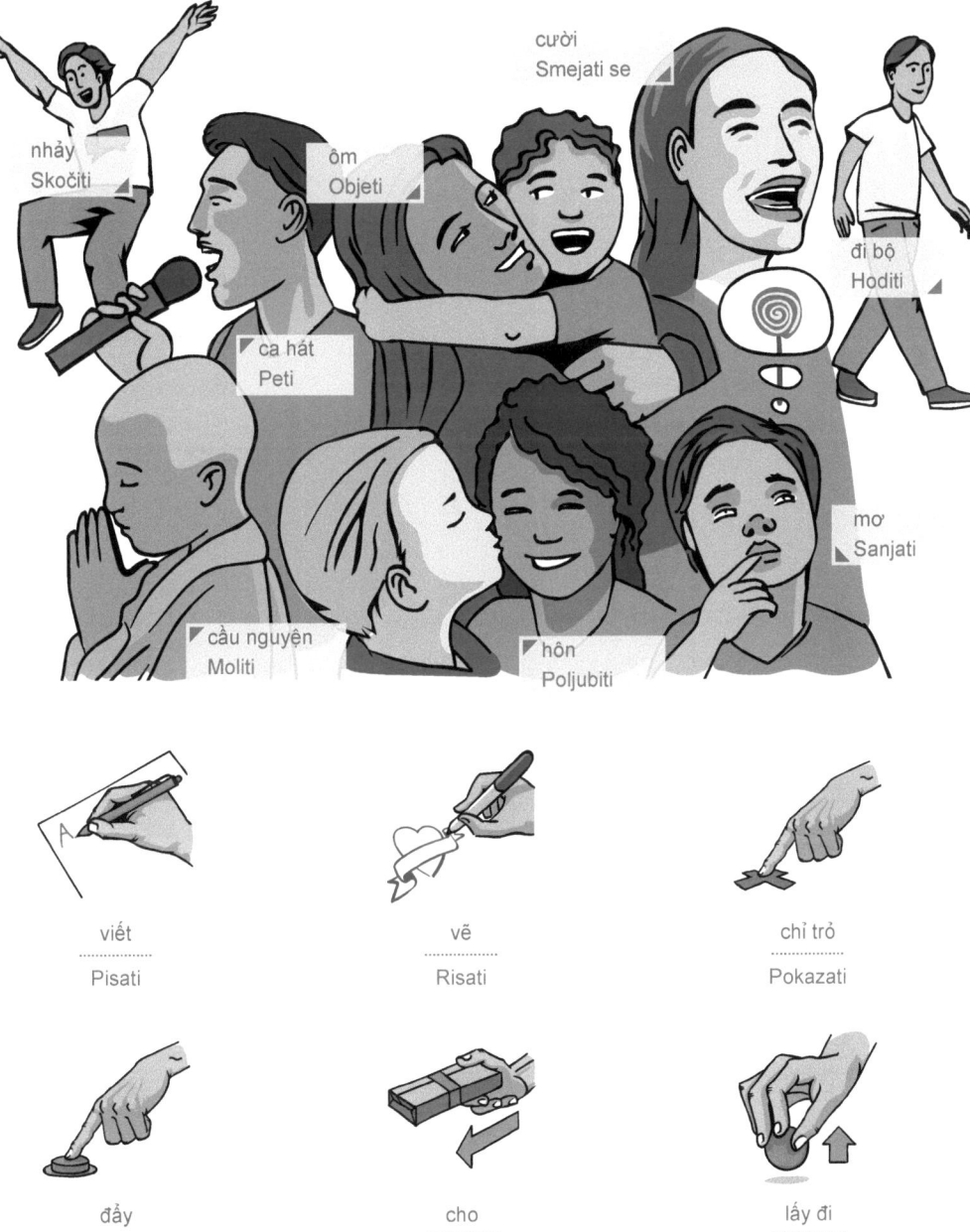

nhảy
Skočiti

cười
Smejati se

ôm
Objeti

đi bộ
Hoditi

ca hát
Peti

mơ
Sanjati

cầu nguyện
Moliti

hôn
Poljubiti

viết
Pisati

vẽ
Risati

chỉ trỏ
Pokazati

đẩy
Potisniti

cho
Dati

lấy đi
Vzeti

có
Imeti

làm
Narediti

thì / là
Biti

đứng
Stati

chạy
Teči

kéo
Vleči

ném
Vreči

rơi
Pasti

nằm
Ležati

chờ đợi
Čakati

mang vác
Nositi

ngồi
Sedeti

mặc quần áo
Obleči se

ngủ
Spati

thức dậy
Zbuditi se

xem

Gledati

khóc

Jokati

vuốt ve

Božati

chải

Česati se

nói chuyện

Govoriti

hiểu

Razumeti

câu hỏi

Vprašati

nghe

Poslušati

uống

Piti

ăn

Jesti

dọn dẹp

Pospraviti

yêu

Ljubiti

nấu nướng

Kuhati

lái xe

Voziti

bay

Leteti

đi thuyền buồm

Jadrati

tính toán

Računanje

đọc

Brati

học

Učiti se

làm việc

Delati

cưới

Poročiti se

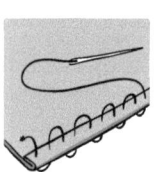

khâu vá

Šivati

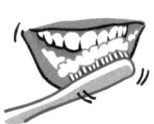

đánh răng

Ščetkati si zobe

giết

Ubiti

hút thuốc

Kaditi

gửi đi

Poslati

gia đình
Družina

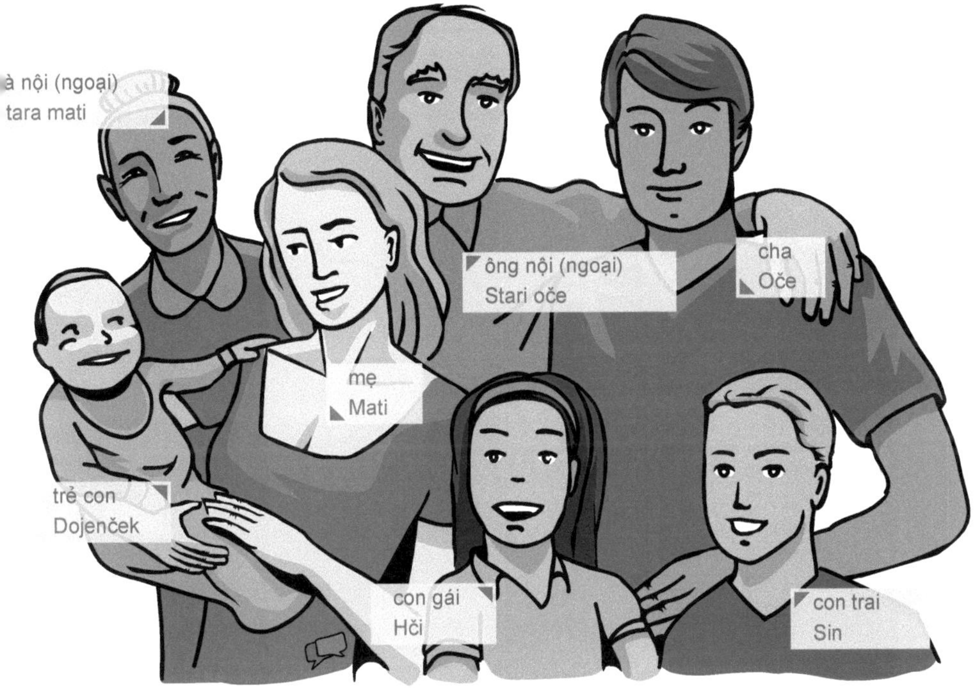

à nội (ngoại)
tara mati
ông nội (ngoại)
Stari oče
cha
Oče
mẹ
Mati
trẻ con
Dojenček
con gái
Hči
con trai
Sin

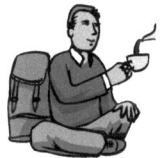

khách

Gost

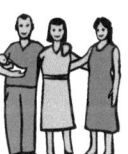

cô (dì)

Teta

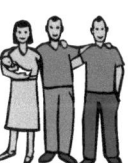

chú, bác (cậu)

Stric

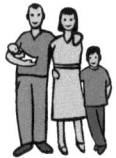

anh (em) trai

Brat

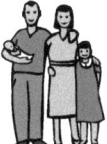

chị (em) gái

Sestra

cơ thể
Telo

trán
Čelo
mắt
Oko
vai
Rama
ngón tay
Prst
mặt
Obraz
cằm
Brada
bàn tay
Dlan
chân
Noga
ngực
Prsi
cánh tay
Roka

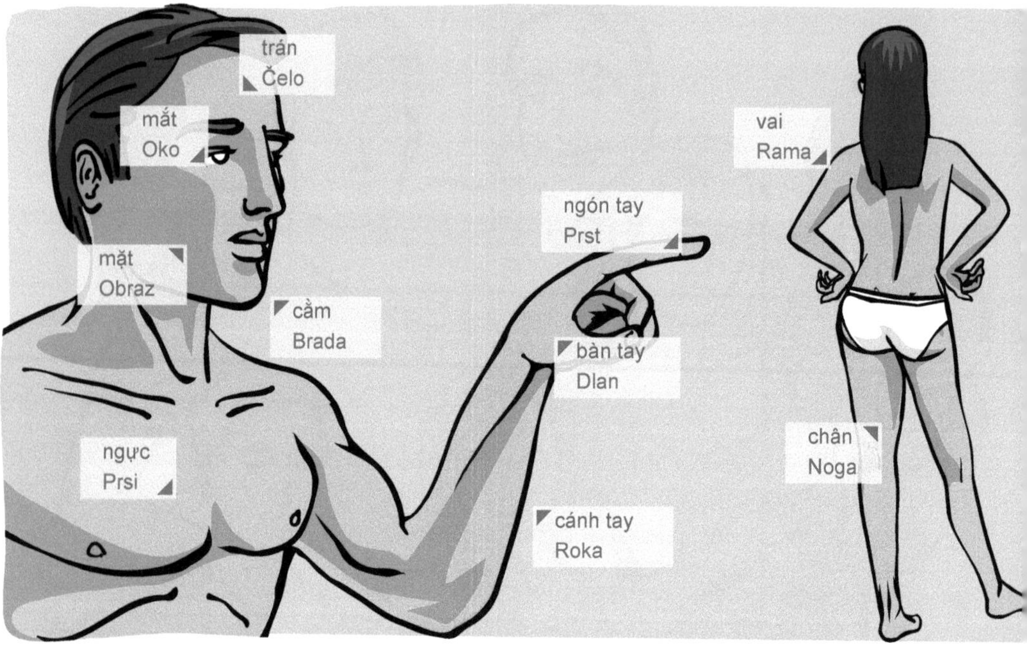

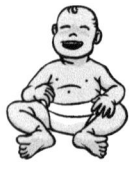

trẻ con

Dojenček

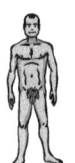

đàn ông

Človek

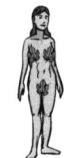

phụ nữ

Ženska

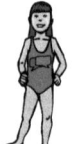

bé gái

Dekle

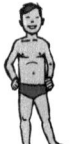

bé trai

Fant

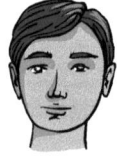

đầu

Glava

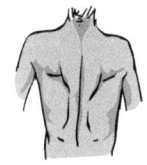

lưng

Hrbet

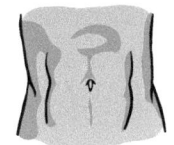

bụng

Trebuh

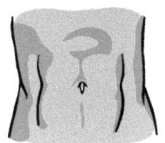

rốn

Popek

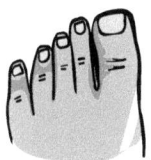

ngón chân

Prst na nogi

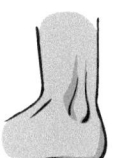

gót chân

Peta

xương

Kost

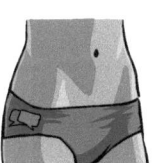

hông

Kolk

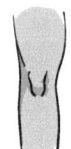

đầu gối

Koleno

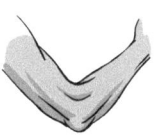

khuỷu tay

Komolec

mũi

Nos

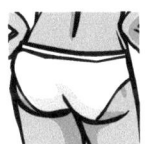

mông

Zadnjica

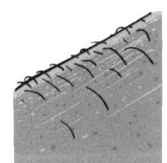

da

Koža

má

Lice

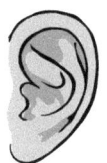

tai

Uho

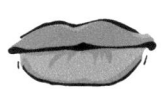

môi

Ustnica

miệng

Usta

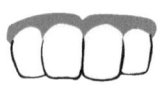

răng

Zob

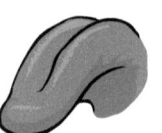

lưỡi

Jezik

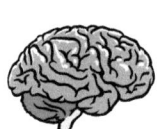

não

Možgani

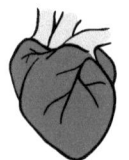

tim

Srce

cơ bắp

Mišica

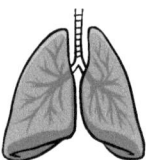

phổi

Pljuča

gan

Jetra

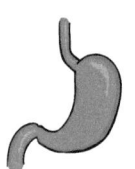

dạ dày

Želodec

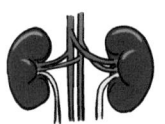

thận

Ledvice

giao hợp

Spolni odnos

bao cao su

Kondom

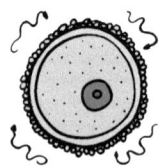

noãn

Jajčece

tinh dịch

Semenska tekočina

mang thai

Nosečnost

cơ thể - Telo

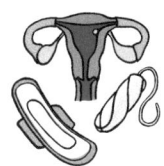

kinh nguyệt

Menstruacija

âm vật

Vagina

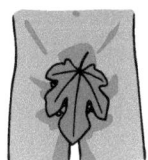

dương vật

Penis

lông mày

Obrv

tóc

Lasje

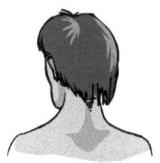

cổ

Vrat

bệnh viện
Bolnišnica

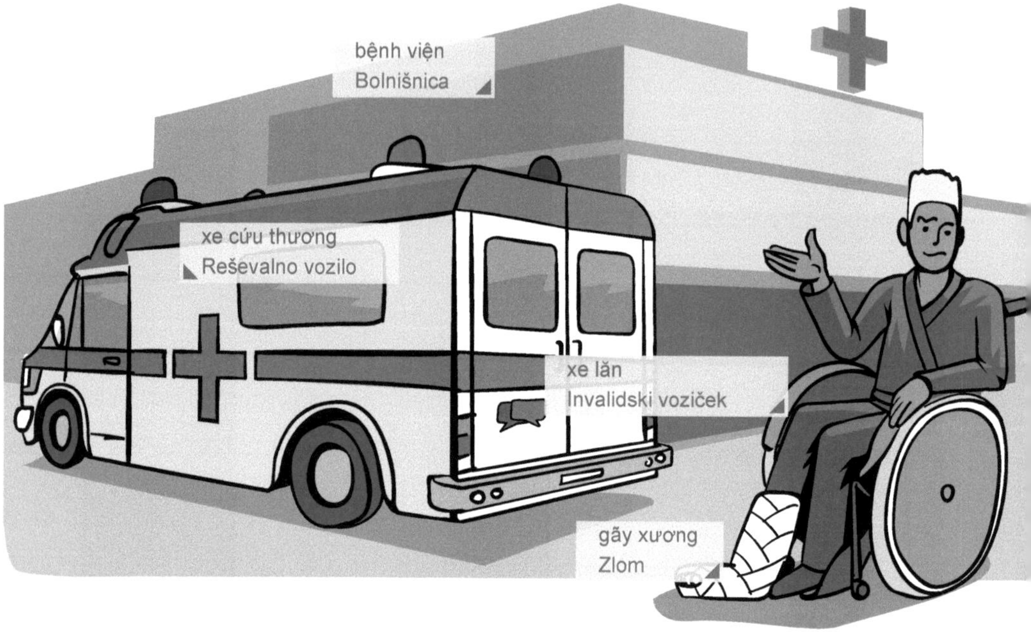

bệnh viện
Bolnišnica
xe cứu thương
Reševalno vozilo
xe lăn
Invalidski voziček
gãy xương
Zlom

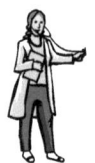

bác sĩ

Zdravnik

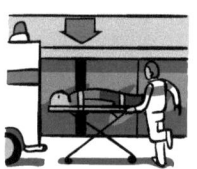

phòng cấp cứu

Urgenca

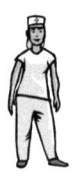

y tá

Medicinska sestra

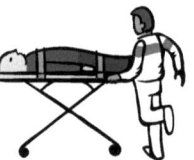

cấp cứu

Nujni primer

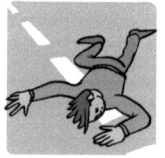

bất tỉnh

Nezavesten

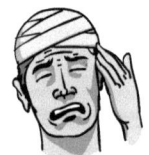

cơn đau

Bolečina

bị thương

Poškodba

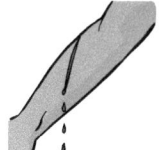

chảy máu

Krvavenje

nhồi máu cơ tim

Srčni infarkt

đột quỵ

Kap

dị ứng

Alergija

ho

Kašelj

sốt

Vročina

cúm

Gripa

tiêu chảy

Driska

đau đầu

Glavobol

ung thư

Rak

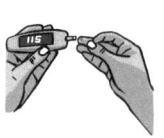

bệnh tiểu đường

Sladkorna bolezen

bác sĩ phẫu thuật

Kirurg

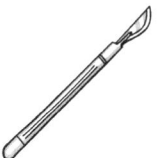

dao mổ

Skalpel

giải phẫu

Operacija

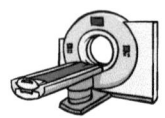

chụp cắt lớp

CT

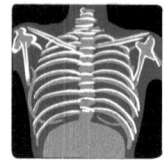

chụp x-quang

Rentgen

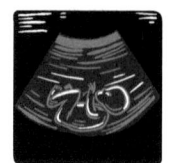

siêu âm

Ultrazvok

mặt nạ

Obrazna maska

bệnh

Bolezen

phòng đợi

Čakalnica

cái nạng

Bergla

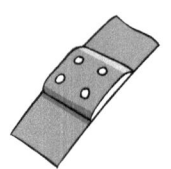

băng dán vết thương

Obliž

băng bó

Preveza

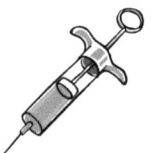

tiêm thuốc

Injekcija

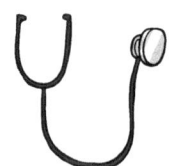

ống nghe khám bệnh

Stetoskop

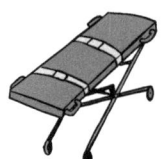

băng ca

Nosila

nhiệt kế

Klinični termometer

sinh đẻ

Porod

thừa cân

Prekomerna teža

máy trợ thính

Slušni pripomoček

chất khử trùng

Razkužilo

nhiễm trùng

Okužba

vi rút

Virus

HIV / AIDS

HIV / AIDS

thuốc

Medicina

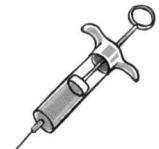

tiêm chủng

Cepljenje

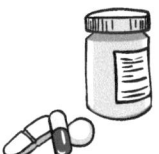

thuốc viên

Tablete

viên thuốc

Tableta

gọi cấp cứu

Klic v sili

máy đo huyết áp

Merilnik krvnega tlaka

bệnh / khỏe mạnh

bolano / zdravo

cứu!

Na pomoč!

báo động

Alarm

cuộc đột kích

Napad

sự tấn công

Napad

mối nguy hiểm

Nevarnost

lối thoát hiểm

Izhod v sili

cháy!

Gori!

bình chữa cháy

Gasilni aparat

tai nạn

Nezgoda

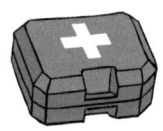

bộ dụng cụ sơ cứu

Komplet za prvo pomoč

SOS

SOS

cảnh sát

Policija

châu Âu

Evropa

Bắc Mỹ

Severna Amerika

Nam Mỹ

Južna Amerika

châu Phi

Afrika

châu Á

Azija

châu Úc

Avstralija

Đại Tây Dương

Atlantski ocean

Thái Bình Dương

Tihi ocean

Ấn Độ Dương

Indijski ocean

Nam Cực Dương

Južni ocean

Bắc Băng Dương

Arktični ocean

bắc cực

Severni tečaj

nam cực
....
Južni tečaj

nam cực
....
Antarktika

trái đất
....
Zemlja

đất liền
....
Kopno

biển
....
Morje

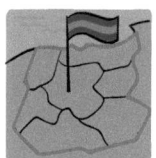

đảo
....
Otok

quốc gia
....
Narod

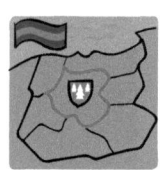

nhà nước
....
Država

mặt đồng hồ

Števílčnica

kim chỉ giờ

Urni kazalec

kim chỉ phút

Minutni kazalec

kim chỉ giây

Sekundni kazalec

Bây giờ là mấy giờ?

Koliko je ura?

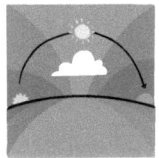

ngày

Dan

thời gian

Čas

bây giờ

Zdaj

đồng hồ điện tử

Digitalna ura

phút

Minuta

giờ

Ura

tuần lễ
Teden

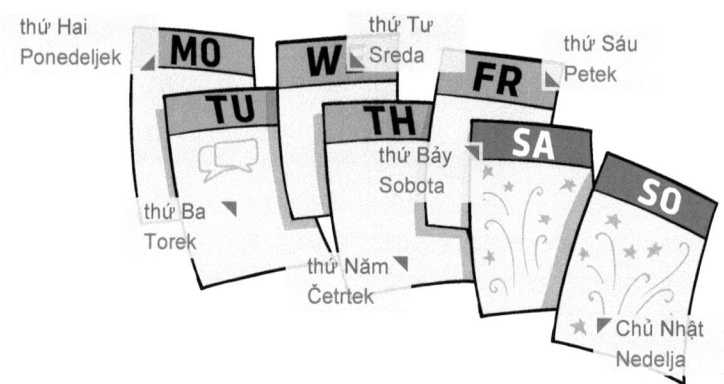

thứ Hai
Ponedeljek
MO

thứ Tư
W Sreda

thứ Sáu
Petek
FR

TU

TH

SA

thứ Ba
Torek

thứ Bảy
Sobota

thứ Năm
Četrtek

SO

Chủ Nhật
Nedelja

hôm qua
Včeraj

hôm nay
Danes

ngày mai
Jutri

buổi sáng
Jutro

buổi trưa
Poldne

buổi tối
Večer

MO	TU	WE	TH	FR	SA	SU
1	2	3	4	5	6	7
8	9	10	11	12	13	14
15	16	17	18	19	20	21
22	23	24	25	26	27	28
29	30	31	1	2	3	4

ngày làm việc
Delovni dnevi

MO	TU	WE	TH	FR	SA	SU
1	2	3	4	5	6	7
8	9	10	11	12	13	14
15	16	17	18	19	20	21
22	23	24	25	26	27	28
29	30	31	1	2	3	4

cuối tuần
Konec tedna

mưa
Dež

cầu vồng
Mavrica

tuyết
Sneg

gió
Veter

mùa xuân
Pomlad

mùa thu
Jesen

mùa hè
Poletje

mùa đông
Zima

4.APRIL	11°	☀
5.APRIL	4°	☁
6.APRIL	13°	☂
7.APRIL	8°	❄
8.APRIL	10°	❄

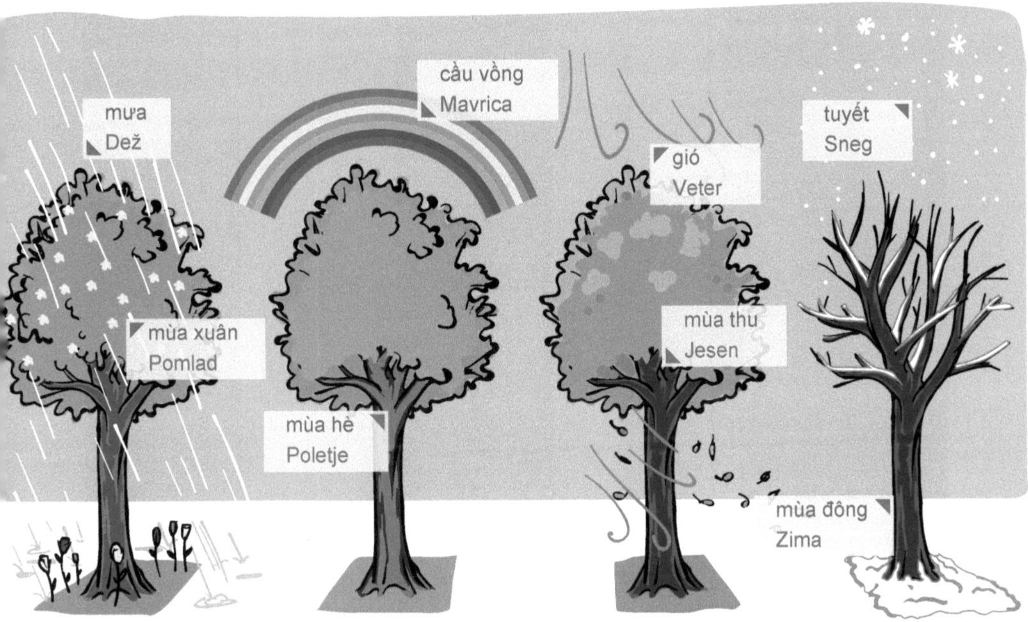

dự báo thời tiết

Vremenska napoved

nhiệt kế

Termometer

ánh nắng

Sončna svetloba

mây

Oblak

sương mù

Megla

độ ẩm không khí

Vlažnost

tía chớp

Strela

sấm sét

Grom

cơn bão

Nevihta

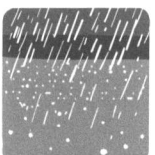

mưa đá

Toča

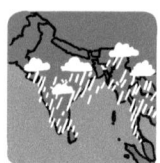

gió mùa

Monsun

lũ lụt

Poplava

nước đá

Led

tháng Một

Januar

tháng Hai

Februar

tháng Ba

Marec

tháng Tư

April

tháng Năm

Maj

tháng Sáu

Junij

tháng Bảy

Julij

tháng Tám

Avgust

năm - Leto

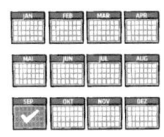

tháng Chín

September

tháng Mười

Oktober

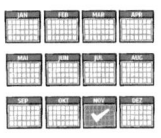

tháng Mười Một

November

tháng Mười Hai

December

hình dạng
Oblike

hình tròn

Krogla

hình vuông

Kvadrat

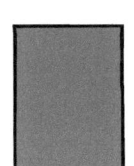

hình chữ nhật

Pravokotnik

hình tam giác

Trikotnik

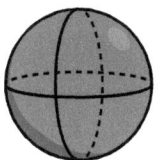

hình cầu

Krogla

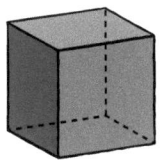

khối vuông

Kocka

màu trắng

Bela

màu vàng

Rumena

màu cam

Oranžna

màu hồng

Rožnata

màu đỏ

Rdeča

màu tím

Vijolična

màu xanh dương

Modra

màu xanh lá cây

Zelena

màu nâu

Rjava

màu xám

Siva

màu đen

Črna

nhiều / ít

veliko / malo

tức tối / điềm tĩnh

jezno / umirjeno

xinh đẹp / xấu xí

lepo / grdo

bắt đầu / kết thúc

začetek / konec

to / nhỏ

veliko / majhno

sáng / tối

svetlo / temno

anh (em) trai / chị (em) gái

brat / sestra

sạch / bẩn

čisto / umazano

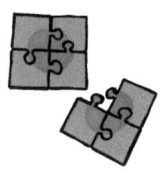

đủ / thiếu

popolno / nepopolno

ngày / đêm

dan / noč

chết / sống

mrtvo / živo

rộng / chật hẹp

široko / ozko

ăn được / không ăn được

užitno / neužitno

ác / tử tế

zlobno / prijazno

hào hứng / chán nản

vznemirjeno / zdolgočaseno

béo / gầy

debelo / vitko

đầu tiên / cuối cùng

prvo / zadnje

bạn / thù

prijatelj / sovražnik

đầy / rỗng

polno / prazno

cứng / mềm

trdo / mehko

nặng / nhẹ

težko / lahko

đói / khát

lakota / žeja

bệnh / khỏe mạnh

bolano / zdravo

bất hợp pháp / hợp pháp

nezakonito / zakonito

thông minh / ngu

pametno / neumno

trái / phải

levo / desno

gần / xa

blizu / daleč

đối lập - Nasprotja

mới / cũ

novo / rabljeno

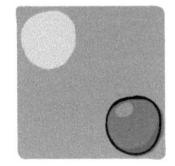

không có gì cả / có cái gì đó

nič / nekaj

già / trẻ

staro / mlado

bật / tắt

vklopljeno / izklopljeno

mở / đóng

odprto / zaprto

im lặng / ồn ào

tiho / glasno

giàu / nghèo

bogato / revno

đúng / sai

prav / narobe

sần sùi / mịn màng

grobo / gladko

buồn / vui

žalostno / veselo

ngắn / dài

kratko / dolgo

chậm / nhanh

počasi / hitro

ẩm ướt / khô ráo

mokro / suho

ấm áp / mát mẻ

toplo / hladno

chiến tranh / hòa bình

vojna / mir

0

số không

Ničla

1

một

Ena

2

hai

Dva

3

ba

Tri

4

bốn

Štiri

5

năm

Pet

6

sáu

Šest

7

bảy

Sedem

8

tám

Osem

9

chín

Devet

10

mười

Deset

11

mười một

Enajst

12

mười hai

Dvanajst

13

mười ba

Trinajst

14

mười bốn

Štirinajst

15

mười lăm

Petnajst

16

mười sáu

Šestnajst

17

mười bảy

Sedemnajst

18

mười tám

Osemnajst

19

mười chín

Devetnajst

20

hai mươi

Dvajset

100

một trăm

Sto

1.000

một ngàn

Tisoč

1.000.000

một triệu

Milijon

tiếng Anh

Angleščina

tiếng Anh Mỹ

Ameriška angleščina

tiếng Quan Thoại

Mandarinščina

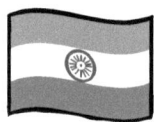

tiếng Hin-di

Hindujščina

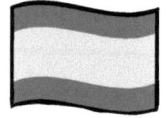

tiếng Tây Ban Nha

Španščina

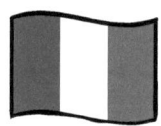

tiếng Pháp

Francoščina

tiếng Ả-rập

Arabščina

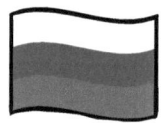

tiếng Nga

Ruščina

tiếng Bồ Đào Nha

Portugalščina

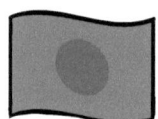

tiếng Bengal

Bengalščina

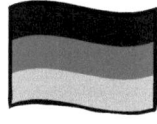

tiếng Đức

Nemščina

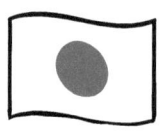

tiếng Nhật

Japonščina

tôi

Jaz

bạn

Ti

anh ta / cô ta / nó

On / ona / tisto

chúng tôi

Mi

các bạn

Vi

họ

Oni

ai?

Kdo?

cái gì?

Kaj?

như thế nào?

Kako?

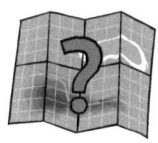

ở đâu?

Kje?

lúc nào?

Kdaj?

tên

Ime

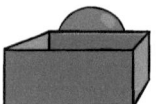

phía sau

Zadaj

ở trong

V

phía trước

Pred

phía trên

Nad

ở trên

Na

ở dưới

Pod

bên cạnh

Poleg

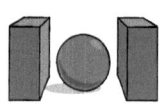

ở giữa

Med

chỗ

Kraj